நீ நீயாக இல்லாதபோது ...

பாகலூர் பாலு கவிதைகள்

பாகலூர் பாலு

Copyright © Bagalur Balu
All Rights Reserved.

ISBN 978-1-63714-866-2

This book has been published with all efforts taken to make the material error-free after the consent of the author. However, the author and the publisher do not assume and hereby disclaim any liability to any party for any loss, damage, or disruption caused by errors or omissions, whether such errors or omissions result from negligence, accident, or any other cause.

While every effort has been made to avoid any mistake or omission, this publication is being sold on the condition and understanding that neither the author nor the publishers or printers would be liable in any manner to any person by reason of any mistake or omission in this publication or for any action taken or omitted to be taken or advice rendered or accepted on the basis of this work. For any defect in printing or binding the publishers will be liable only to replace the defective copy by another copy of this work then available.

அம்மாக்களுக்கு ...

பொருளடக்கம்

முகவுரை vii

1. மூடத்தனம் 1
2. தேசப்பற்று... 2
3. ஆத்திகமில்லாமல்... 3
4. கொடூர முகம் 4
5. தெய்வங்கள் 5
6. கோயில்களில் 6
7. உறவுகள் 7
8. பசி 8
9. முதிர்கன்னி 9
10. அம்மா... 10
11. அம்மா பாசம்... 11
12. சில பெண்கள் 12
13. கள்ளத்தொடர்பு ... 14
14. அம்மாக்கள்... 15
15. தலையணை மந்திரம் 16
16. நீ நீயாக இல்லாதபோது ... 18
17. நிஜம் 19
18. நட்பிலக்கணம் 20
19. பழைய காதலிகள்... 21
20. பிரிவு 22
21. ஆண் ஆதிக்கம் 23
22. ஏக்கம் 24
23. கவிதை... 25
24. தவிக்கிறேன்... 26
25. பிரிவு... 27

• v •

பொருளடக்கம்

26. தேவையில்லாமல்	28
27. இஷ்ட தெய்வங்கள்	29
28. வலி	30
29. காமம்	31
30. புழுத்த	32
31. சொல்ல	33
32. வரம்	34
33. நீயும்	35
34. அவனும்	36
35. பெரிய மனுஷி	37
36. பதினெட்டு	39
37. விலை	40
38. முற்றுப்புள்ளி ?	41
39. கவிதை	42
40. அப்துல் கலாம்	43
41. மடையன்	44
42. வாழ்க்கை...	45
43. காதல்? காமம்?	46
44. அப்பன்	47
45. இலட்சியம்	48
46. வாழ்க்கைச்சக்கரம்	49
47. பிச்சைக்காரர்கள்	50

முகவுரை

பள்ளி கல்லூரி பருவங்களில்
எழுதியதிவை
பதினைந்து வருட கனவு
பதிப்பேற்ற வேண்டுமென
பாதுகாப்பாய் வைத்துத்திருந்த
பக்கங்கள் அனைத்தையும்
தூசுத்தட்டி
தட்டச்சில் இன்று
காதல் கடவுள்
அம்மா ஆண்டவன் என
அனைத்தின் மீதுள்ள
என் பார்வை
உங்கள் முன்
கவிதைகளாய் காகிதங்களில்
கருத்துக்கள் மட்டுமே
எவரையும்
புண்படுத்தவேண்டுமென்ற எண்ணம்
எனக்கில்லை

அப்படியேதேனும் புண்படுத்தியிருக்குமெனின்
அதற்கான பொறுப்பு
இப்புத்தகத்தை
விலைகொடுத்து வாங்கிய
நீங்கள் மட்டுமே ... !
புத்தகத்தை கிழித்துப்போடாமல்
எவருக்கேனும் இரவல் கொடுத்திவிடுங்கள்
ஏனெனில்
இரவல் வாங்கிய புத்தகங்களை
எவரும்
திருப்பி அளித்ததாய்
வரலாறு இல்லை

1. மூடத்தனம்

விளைநிலங்களில்
வீடுகள்
மரங்களிருந்த இடங்களில்
மனித இனம்
மஹாராஜாக்கள் போல்
மாளிகைகளில்
செய்வதெல்லாம்
செய்துவிட்டு
செய்துவைக்கின்றனர்
திருமணத்தை
கழுதைக்கும் காக்கைக்கும்
மழை வேண்டி.....

2. தேசப்பற்று...

சுதந்திர தினத்தன்றும்
குடியரசு தினத்தன்றும்
சுத்தப்படுத்தப்பட்டு
கொடிக்கம்பத்தில் ஏற்றப்படும்
அன்று மாலையே
பள்ளிக்கூட அலமாரியில்
பாதுகாப்பாய் வைக்கப்படும்
தேசிய கொடியும்
தேசத்தின் மீதுள்ள பற்றும்..

3. ஆத்திகமில்லாமல்...

மருத்துவனால் முடியாத
நோய்களை குணமாக்க
பூஜிக்கும் குருக்களுக்கு
பிரசங்கிக்கும் பாதிரிக்கு
தூபங்காட்டும் ஹாஜிக்கு
இவர்களுக்கு
வசூல் செய்துதர
பூட்டிய
கதவுகளுக்குப்பின்னால்
புன்னகைத்தபடி
கடவுள்கள்...

4. கொடூர முகம்

பல கைகள்
கொடூர முகம்
கோடரி
அரிவாள்
வேல் என
ஒவ்வொரு கைகளிலும்
அன்பை வலியுறுத்தி
அனைத்து கடவுள்கள்

5. தெய்வங்கள்

தெரிவதில்லை கண்களுக்கு
தெய்வங்கள்
பெண் ஒவ்வொருவருக்குள்ளும்
தாய் என்னும்
தெய்வம்...

6. கோயில்களில்

நிரம்பி வழிகின்ற
உண்டியல்
ஆயிரம் தேங்காய்
அபிஷேகம்
பால் வெண்ணை
குளியல்
குடக்கணக்கில்
பிரகாரத்திற்கு வெளியே
பசித்த வயிற்றுடன்
பிச்சைக்காரர்கள்

7. உறவுகள்

உயிரோடிருக்கும்போது
ஒருமுறை கூட வராமல்
உயிர் போனவுடன்
கடைசியாய்
கண்மூடிக்கிடக்கும்
முகம் பார்த்து செல்லமட்டும்

8. பசி

கைம்பெண்
கையில் குழந்தை
பிச்சைக்கேட்டு
பெட்டிக்கடையில்
பசி
சிசுவிற்கும் இவளுக்கும்
கடைக்காரன் தந்தான்
அரைக்கோப்பை தேநீரை
ஆளுக்கொரு உரிஞ்சலாய்
அடங்கவில்லை பசி
அப்போதும்
அடுத்தபெட்டிக்கடை நோக்கி
அவர்களின் பயணம்
நடப்பதை பார்த்து
வெற்று அனுதாபத்தால்
வெறும்
பெருமூச்சு மட்டுமேவிடும்
பெரிய மனிதர்கள்
கையில் வெண்குழல்பர்த்தியுடன்

9. முதிர்கன்னி

அவளுடன் படித்த
அவள் வயதே உள்ள
அவளின் தோழிக்கு
கக்கத்தில் ஒன்றும்
கையில் ஒன்றுமாய்
சாதி
சாதகப்பொருத்தம்
அரசாங்க வேலைப்பார்ப்பவன்
ஆயிரம் காரணம் கூறும்
அவளின் பெற்றோர்
நீயா வாழப்போகிறாய்
நான்தானே
கேட்க முடியவில்லை
வாய் பொத்திக்கொண்டு
இன்னும் சிலதையும்
அவிழ்க்கப்படாத
முந்தானை முடிச்சுகள்
இன்னும் இன்னும்

10. அம்மா...

கண்ணிற்கு
புலப்படாத சிலவற்றிற்கு
புனிதம் சற்று அதிகம்
காற்று
காதல்
கடவுள் என
நீளும் பட்டியலில்
நீயும் ..

11. அம்மா பாசம்...

தோள் வலிக்க தாலாட்டினாள்
தோளனாகிப் போனேனாம்
தோளுக்கு மேல் வளர்ந்து
தொல்லைகளை மட்டுமல்ல
அனைத்தையுமே தாங்கிக் கொள்கிறாள்
அம்மா...
எதற்கு?

12. சில பெண்கள்

பாரதி
அன்று பட்ட பாட்டிற்கு
இன்று பலன்...

இருப்பது எல்லாம் காண்பிக்கும்
இறுக்கமான ஆடைகளை
அணிந்துகொள்ள

கட்டிக்கொண்டவன் தரும்
கட்டில் சுகம் பற்றவில்லை என
அரைகுறை ஆண்களுடன்
அத்து மீறி சுற்ற

மகளிர் மன்றம்
மாங்காய் என
வீதிகளில் சுற்ற
வீண் பிரச்சனைகள் செய்ய

அணுகுண்டே வெடித்திருந்தாலும்
அவள்கள் வீட்டில்
அதைப்பற்றி கவலையில்லாமல்
அடுத்தவள் வீட்டைப்பற்றி
அநியாய புரளிபேச

பெற்று இருக்கின்றனர்
பெண் உரிமையை
எம் பெண்டுகள்

பாரதி
அன்று பட்ட பாட்டிற்கு
இன்று பலன்...

13. கள்ளத்தொடர்பு ...

தனிமையில் ஒதுங்கி
தூக்கத்தை ஒதுக்கி
மலையில் ஏறி
மழையில் எகிறி
இப்படி எதுசெய்தும்
எட்டாத கவிதை
எட்டடி தூரத்திலிருந்த அவளை
எட்டி பார்த்தபோது மட்டும்
இருப்பதாய் தோன்றுகிறது
காதலுக்கும் கவிதைக்கும்
கள்ளத்தொடர்பு ...

14. அம்மாக்கள்...

நீயும் இல்லை
நானும் இல்லை
அம்மாக்கள் மட்டுமே
கடவுள்கள்...

நாவில்
நட்டநடு முதுகில்
கண்களுக்கு கீழ்
கன்னங்களில் அலகு குத்தி
ஈயத் தட்டுகளில்
ஈயன முறைத்துக்கொண்டு
பைசாக்கள் சேகரிக்கும்
பளபளக்கும் சொம்பின் பின்னால்
பிச்சை எடுப்பவன் கையில்
பிற கடவுள்கள்...

அம்மாக்கள் மட்டுமே
கடவுள்கள்...

15. தலையணை மந்திரம்

வழியப் பெற்றெடுத்தாள்
வலியைத்தாங்கிக்கொண்டு
வாழ்க்கை முழுதும்
வாகாய் காப்பாற்றுவானென...
கண்டவர் காலில் விழுந்து
கண்ணியமானதொரு
பணியைப் பெற்றுத்தந்தார்
கல்லூரி படிப்பு முடிந்ததும்
உயிர் உள்ளவரை
உப்பிடுவாணென ...
மணமுடித்து வைத்தனர்
மனமுவந்து
காதலித்த பெண்ணையே
காரணம் ஏதும் கூறாமல் ...
வாழ்ந்து கெட்டவர்களாம் அவர்கள்
வந்தவாசி முதியோர் இல்லத்தில்
விட்டு வரும்படி
வரிந்து கட்டினாள்
வாழ வந்த அவள்
வந்த மூன்றாவது மாதத்திலேயே...
பெண்ணின் தலையணை மந்திரத்தில்
பெற்றோர் மீதிருந்த பாசம்
பேச்சுக்கே இடமில்லாமல் போனது...

முதியோர் இல்லத்தின்
மூலையொன்றில்
முதியோர்கள் இருவரும்...
இறங்கு வரிசையில்
இருக்கும் போலும்
ஆண்களின் அறிவு
அந்த பொழுதுகளில் ...

16. நீ நீயாக இல்லாதபோது ...

மண்ணை மிதித்துக் கொண்டிருக்கிறாய்
நீ இப்போது ...
மண் உன்னை மிதிக்கும்
நீ நீயாக இல்லாதபோது ...

17. நிஜம்

காற்றில்லா இடத்திற்கு
நீ
கடந்து போனாலும்
தொடர்ந்து வருவேன் என்றாள்
கடந்துதான் போனான்
ஆனால் அது
காற்றில்லா இடமல்ல
தொடர்ந்து வருவேன் என்றவள்
தொடர்ந்துதான் போனாள்
இன்னொருவனின் பின்னால்
காதல் இன்று

18. நட்பிலக்கணம்

பத்து ரூபாய்க்கும்
குறைவாய் கையில்
சாப்பிட மனமில்லை
பசித்த வயிற்றுடன்
சாப்பிடாத நண்பனுக்கு
சாப்பாடு வாங்கிக்கொண்டு
நட்பு

19. பழைய காதலிகள்...

ஆரம்பப்பள்ளி படிக்கையில்
என்னுடன் படித்தவளுடனான
எனது உறவு
நடுநிலை பள்ளி வரை
நீண்டு கொண்டே போன...
விடுமுறை நாட்களில்
வீட்டுக்கு வந்த
விருந்தாளி பெண்ணுடனான
எனது உறவு
விடுமுறை முடியும் வரை
விரிந்து கொண்டே போன...
பழைய காதலிகள்
பலர்
விதவிதமாய்
விபரம் புரியா வயதில்...
எல்லாமும் புரிந்து
இப்போது
தனிமையில் நான்...

20. பிரிவு

பிரிந்து சென்றிருக்கிறேன்
தெரிந்ததில்லை அவ்வளவாய்
பிரிந்து சென்றாய்
தெரிகிறது இப்போது
கொடுமையிலும் கொடுமை
பிரிவின் வலி

21. ஆண் ஆதிக்கம்

கணவனுக்கு கல்யாணம்
போராடியும் பலனில்லாமல்
செப்புக்காசாய் அவள்
செய்வதறியாது
அறியாதவன் போல் ஏதும்
அடுத்தநாளில் அவன்
மல்லிகைப்பூவோடு மனைக்கு
வாங்கிக்கொண்டு
வீடு வரவேற்று
பெற்ற பிள்ளைகளின்
பெயருக்குமுன்னுள்ள எழுத்து
காரணத்தினால்
சலனமின்றி சில
சம்சாரங்கள்
சமுதாயத்தில் ...

22. ஏக்கம்

தூக்கம் வரவைக்க
தாயின் தாலாட்டு
எழுப்ப ஆளில்லை
எப்போதும் துயிலெழலாம்
அம்மாவின் சேலையில்
அழகான சொர்க்கம்
குழந்தைகளுக்கு மட்டும்
தொட்டில்

23. கவிதை...

எடுத்த காகிதத்தில்
எதுவும் இல்லை
எழுத என
எண்ணி ஏங்கி
தலைப்பு கொடுத்தேன்
தலைவி உன் பெயரை...
உன் பெயரே
கவிதையாயிருக்கையில்
இனி எதற்கு
எதுகை மோனைகள்...

24. தவிக்கிறேன்...

மறந்து விட நினைத்து
மறக்கும் நிமிடங்களில்
மறப்பதாய் நினைத்து
நினைத்து கொண்டிருக்கிறேன்
மீண்டும் மீண்டும்
மறக்க நினைத்த உன்னை
மறக்க நினைத்த நான்
மனதில் காதல்...

25. பிரிவு...

இருந்தும் என்னபயன்
இணையத்தளமாய்...
முகவரி நீ இல்லாமல்...

26. தேவையில்லாமல்

வாசல் திறக்கும்வரை
அம்மாவின் வயிற்றினில்
படிப்பு முடியும்வரை
பள்ளி வகுப்பறைகளில்
பணி கிடைக்கும்வரை
பணித்தள படிக்கட்டுகளில்
காதலி வரும்வரை
காவல் நாயாய் இடங்களில்
அனைத்து காத்திருப்புகளிலும்
அநாவசிமான ஒன்றாய்
அந்த கடைசிக்காத்திருப்பு
தெருக்களில் பூங்காக்களிலென
தெரிந்தும் பலபேர்
தேவையில்லாமல்

27. இஷ்ட தெய்வங்கள்

இந்துவுக்கு
இந்திரன்
கிறிஸ்தவனுக்கு
கிறிஸ்து
முகலாயனுக்கு
முகமது
எனக்கு நீ
உனக்கு எவனோ !?

28. வலி

கருவறைக்குள்
கண்டபடி
உருண்டு
உதைத்து
இன்பம்தான்
இருப்பினும் தாய்க்கு...
இதயத்துள் நீயும்...

29. காமம்

எறும்புர கல்தேயுமாம்
ஆனால்
பொறுமையில்லை எனக்கு
எறும்பைப்போல்
கல்போன்ற பெண்மனதை
தேய்த்து தேய்த்து காதல் செய்ய ...
பின் அவளின்
தேகத்துடன் காமம் செய்ய ...

30. புழுத்த

கடவுள்களே - என்
காதலியிடம்போய் சொல்லுங்கள்
காதலிக்கிறேன் என்று
வாய்கிழிய பேசுவேன் எப்போதும்
ஆனால்
வார்த்தையில்லை அவளிடம் பேசும்போது மட்டும்
புரிந்துகொள்ள சொல்லுங்கள் அவளை
இல்லையேல்
புழுத்த சொல்லுங்கள் அவளை
மயிராய் போயிற்று
அவளும்
அவள்மீதுள்ள காதலும் !

31. சொல்ல

பார்வைக்கு அழகாயில்லை நீ
எனினும்
பார்த்தவுடன் மனம்
பரிதவித்தது காதல் கொள்ள
காதலைச்சொல்ல
காலம் வரவில்லையென
காரணம் சொல்லி
பயத்தினால் நான்
பகல் பொழுதானாலும் அந்த
பட்டினி பொழுதானாலும்
உன் நியாபகத்துடனே
மனதில் நெருடல்களிலிருந்தும்
உன்மேல் கொண்டிருக்கிறேன்
அந்த ஒற்றைத்திசை காதலை
இன்னும்

32. வரம்

நுழைவதற்குக்கூட இடமில்லாத
நுண்ணிய ஜாடிக்குள்
நுழைந்துகொண்ட நண்டுபோல்
நெரிசல் பேருந்தில்
நான்
மனித நாற்றத்தில்
மூக்கை பொத்திக்கொண்டு
நல்ல வேளையாய்
நங்கையவள் கூந்தலில்
நறுமண பூக்கள்

33. நீயும்

கன்றுக்குட்டி
கழுதை
கல் கட்டை
கடவுள்களாய் எண்ணி
சாதி
சாம்பிராணி என
சாக்குப்போக்குச் சொல்லி
மனிதத்தை மறந்து
மனிதனை மனிதன்
பல்வேறு விதங்களில்
பலர் சொல்லி கேட்காது
பழங்கால எண்ணங்களில்
பயணிக்கும்
பழங்களாய் மனித இனம்

34. அவனும்

கவலைகளாம் மனதில்
புகையாய்
புறந்தள்ளுவதாய்
நாளுக்கு
நாலைந்து
நாலுபேர்
நானும் போகிறேணென
நாணமில்லாமல்
எரவான படங்களுக்கு
மது
மங்கைகள்
இன்னும் பல
வகுப்பிலேயே அழகி
வரப்போகிறது தேர்வு
வருத்தமில்லை
கண்டுகொள்ளாத
அவளின் பின்னால்
காவல் நாய்போல்
அலைந்துகொண்டு
அரிக்கேன்
விளக்குகளில்
அறிவில்லாமல்
விட்டில்பூச்சிகள்

35. பெரிய மனுஷி

அலறினாள்
அன்றொருநாள்
கைவைத்துக்கொண்டு
அடியில்
அனுப்பிவைத்தனர் ஆசிரியைகள்
பாதுகாப்பாய் பள்ளியிலிருந்து
மாமன் மச்சினன்
மஞ்சள் நீராட்டுவிழாவென
மூலையில் அமரவைத்து
முறைசீர் செய்து
நீள்சதுர வடிவ
நிறைய பஞ்சுக்கட்டுகள்
இரத்தக்கறை படிந்து
விழா நடந்த அவளின்
வீட்டின் பின்னால்
மாதத்தில் மூன்றுநாள்
முறை தவறாமல்
மருந்து கடைபோய்
மற்ற செயல்
மூலையில் கிடத்தி
மாத்திரைகள் வாங்கிவருவாள்
சாதாரணமாய்
சட்டை அணிந்து
சட்டையின்மீது இப்போது

நீ நீயாக இல்லாதபோது ...

சால்வை போன்றொன்றை
சரிந்து விழுமதை
அடிக்கடி
சரி செய்துகொண்டு
ஊர்ச்சனத்தைக்கூட்டி
தாலி கட்டி
தர தரவென இழுத்துக்கொண்டு
எங்கிருந்தோ வந்த
எவனோ ஒருவன்
காணாமல் போனவள்
கண்ணில் தென்பட்டாள்
வீங்கிய வயிற்றுடன்
வீட்டில்
வீதியில் உலாவினாள்
வீக்கம் குறைந்துபோய்
கையில் குழந்தையுடன்
முழித்துக்கொண்டிருந்தேன்
எதுவுமே புரியாமல்
விபரம் கேட்டால்
வேள்வியில்லை
கேள்விகளுக்கு
வருடங்கள் கடந்து
விபரங்கள் புரிந்தது
முழித்துக்கொண்டிருக்கிறன்
இப்போதும்
எதற்கு

36. பதினெட்டு

ஊர்சனம் கூடி
பஞ்சாயத்து பேசி
பிரித்துவைத்தனர்
மைனர்களாம்
பிரித்துவைத்த
அதேநாளில்
அத்தை மகனோடு
அவளுக்கு கல்யாணம்
கல்யாணத்திற்கு பார்க்காத
மைனர் காரணம்
ஏன்
காதலுக்கு மட்டும்

37. விலை

வலை தேவையில்லை
தானாய் வந்து
சிக்கிக் கொள்வாள்
சில சிலந்திகளின்
சபலத்தை
சாகடிக்க
நிரந்தரமாய் இயலானதென்பதால்
தற்காலிகமாய்
சாயங்காலம் மட்டுமில்லை
எந்நேரமும் தயாராய்
அவள்

38. முற்றுப்புள்ளி ?

மயிரிழை
மணித்துளியில்
மனிதன்
திட்டமிட்டு அல்ல
திடீரென ஏதோ
தோன்ற மனதில்
தற்கொலை
கொலை என
பணமின்மை காரணமெனில்
பணமிருப்பவனும்
பட்டியலில்
முற்றுப்புள்ளி ?

39. கவிதை

கிழிந்துபோன காகிதத்தில்
கிறுக்கத்தொடங்கி
எழில்மிகு ஏட்டில்
எழுதி நகர்ந்து
கணினியில் இன்று
கவிதை எழுதிக்கொண்டிருக்கிறேன்
எதில் எழுதினாலும்
கவிதைதான்
கருத்து இருப்பின்

40. அப்துல் கலாம்

கண்டபடி
கண்ணாபின்னாவென
கல்வி முடித்து
வேலை கேட்டு
வாசல் தட்டும்போது
மனம் புரிகிறது
படிக்கும்போது படிக்காமல்
பலவித எண்ணங்களில்
பயணித்ததை
முழுமை புரிந்துவிட்டதென
முற்றுப்புள்ளி வைக்க
முயற்சித்து எண்ணங்களுக்கு
முயன்று முன்னேறுகையில்
மூக்கணாங்கயிறாய்
மூன்று முடிச்சு
முழுமைக்கும் முற்றுப்புள்ளியாய்
முடிச்சே போடாமல்
முடிக்க முடியாதா என்ன
முன்னேற்றம் நோக்கி
எண்ணம் இருக்குமேயின்
எண்ணம் வராது
அதற்கெல்லாம்
அப்துல்கலாமே சாட்சி

41. மடையன்

பலபேர்
பேருந்தில்
அமர்ந்துகொண்டு
அவள்
நின்று நான்
அமர இடமிருந்தும்
அமராமல்
அடுத்தவனுக்கு விட்டுவிட்டு
அமர்ந்தால்
அவள் தெரியாமல்போவாலென
இறங்கி அவள்
இன்னொருவனோடு
கைகோர்த்து
மனம் சொல்லும்
மாங்காய் மடையனென

42. வாழ்க்கை...

வளர்பிறை வருமென
வாழ்க்கையில்
வாசல் பார்த்து
வெற்றிலை பாக்கோடு
தேய்பிறையாய்
தேய்ந்து கொண்டிருந்தன
தேதிகள்
தேடியும் கிடைக்காமல் போனது
தேடாமலே கிட்டியது
தேதிகள் சிலதில்
தேடியும் கிடைக்காமல்
பலதில்
உளறிக்கொண்டிருக்கிறேன்
உலகம் உருண்டையென
இப்போதும்

43. காதல்? காமம்?

நக இடுக்கில்
சிக்கிக்கொண்ட
சிறுதுகளாய் நீ
ஊசிவைத்தோ
உள்ள விரல்வைத்தோ
உதறி போடலாம்தான்
உள்ளம்தான் விடாமல்
உன்னையே சுற்றி

44. அப்பன்

கம்பராமாயணம் படிக்கும் வயதில்
காமசூத்திரம் படிக்கும்
மகன் மகள்கள்
மண வயதிலுருக்க
மறுமணம் முடித்து
மகிழ்ச்சியில் திளைக்கும்
படுத்த படுக்கையாய்
கட்டிய மனைவி
கட்டிலில்
கைவிட்டு கைலாயம் போகும்
அப்பன்மார்களின் சொல்
மந்திரமாம்

45. இலட்சியம்

இருப்பது
சில்லறை காசுகள்
இருந்தால் என்ன
சிகரத்தை தொட
சிந்தனை
இருக்கக்கூடாதா என்ன

46. வாழ்க்கைச்சக்கரம்

வாழ்க்கைப்பாதை
சில இடங்களில் நெருக்கம்
சில இடங்களில் விசாலம்
சலித்துக்கொள்ளாமல்
சக்கரத்தை உருட்டுகிறோமா
என்பதில்தான்
சாதனைப் புள்ளியே

47. பிச்சைக்காரர்கள்

போக்குவரத்து சமிக்ஜைகளில்
போவோர் வருவோரிடம்
கையேந்தி
உணவக விடுதிகள்முன்
உருக்கமாய் அமர்ந்து
உயிர்போகும்போதாவது
உணரட்டும்
வாழ்க்கையை
வாழ தெரியவில்லையென

www.ingramcontent.com/pod-product-compliance
Lightning Source LLC
LaVergne TN
LVHW021737060526
838200LV00052B/3325

9781637148662